Mga Tula Ng Pag-Ibig

Johnathan Rivera

Ukiyoto Publishing

All global publishing rights are held by

Ukiyoto Publishing

Published in 2023

Content Copyright © Johnathan Rivera

ISBN 9789360165871

All rights reserved.

No part of this publication may be reproduced, transmitted, or stored in a retrieval system, in any form by any means, electronic, mechanical, photocopying, recording or otherwise, without the prior permission of the publisher.

The moral rights of the author have been asserted.

This is a work of fiction. Names, characters, businesses, places, events, locales, and incidents are either the products of the author's imagination or used in a fictitious manner. Any resemblance to actual persons, living or dead, or actual events is purely coincidental.

This book is sold subject to the condition that it shall not by way of trade or otherwise, be lent, resold, hired out or otherwise circulated, without the publisher's prior consent, in any form of binding or cover other than that in which it is published.

Dedication

Una sa lahat, pagpupugay at taos pusong papuri ang aking inaalay sa ating Bathala na pinagmumulan ng lahat ng pag-ibig, saya, tagumpay at karunungan.

Pangalawa, umaapaw na pasasalamat sa inspirasyon at pagmamahal ng aking bukod tanging tinatangi na si Angela at sa aking mga lakas ng loob na sina Sophia at Elena.

Pangatlo, pagsaludo sa aking mga magulang at kapatid na nagturo sa akin na mangarap ng mas higit at isabuhay ang positibong isip sa bawat saglit.

At sa iyo, oo ikaw na nagmahal, nagmamahal at magmamahal pa, ang mga tulang ito ay karamay mo sa iyong mga istorya.

Contents

Bituin	1
Espasyo	3
Istorya	5
Kabuuan	7
Siklo	9
Larawan	11
Ulan	13
Kalahating Buwan	14
Kung Sakali	16
Kung Ang Mahalin Ka Ay Kasalanan	18
Muli	20
Paubaya	22
Kasal	23
Bente Otso	25
Sayang	27
Kubli	29
Kandila	31
Ex	33
Suntok Sa Buwan	35
Ngiti	37
Sulyap	38

Walang Label	40
Mundo	42
Mahal Kita Pero Di Na Ako Masaya	44
Kilig	46
Sandal	48
Taglagas	50
Pa Fall	52
Sintonado	54
Tamang Panahon (Ldr)	56
Kabig Ng Dibdib	58
Tibok	60
T.O.T.G.A (The One That Got Away)	62
Sulat	64
Tinta	66
Hilom	68
Limot	70
Nobya	72
Gelato	74
Dispalinghado	76
Sikreto	78
Piling Alaala	80
Inip	82
Pag-Ibig	84

M.U.	86
Cool Off	88
Ghosting	90
Basted	92
Move On	94
Kape	96
Sukat	98
Away Bati	100
Kahulugan	102
Drowing	104
Lilim	105
Bagay	107
Happy Ending	109
L.D.R. (Long Distance Relationship)	111
Torpe	113
Unang Halik	115
Mensahe Ko Sayo Anak	117
Dalangin Ng Ina	119
Unang Tingin	121
Talambuhay	123
Toksik	125
Pag-Ibig Sa Giyera	127
Gunita	129

Pebrero Katorse	131
Hiraya Manawari	133
Ba't Di Mo Sinabi	135
About the Author	*137*

Bituin

Di ko main-indihan kung ano ang meron itong gabi
Tila naghahabi ang saya at dalamhati
Kapiling kita sa ilalim ng langit na maningning
Ang buwan ay nakikinig sa bawat salitang dinadaing

Gaano ko man sabihin ang pinakamagandang piyesa
O pakalmahin ang iyong takot at duda sa bukas na balisa
Aalis ka pa rin
Mas pipiliin ang ibang buwan, ang ibang langit, ang ibang oras na maaring di na magtugma sa ating dalawa

Bakit kailangan mo pa itong gawin?
Pwede pa ba akong sa bulalakaw ay humiling?
Di pa ba ako sapat para sabihin mo na itong gabi at sa marami pang gabi ay magkasama pa tayong muli?

O marahil eto na ang huli nating paghahabi
Ng mga tala na di na makikita ang bukang-liwayway
Mga yakap at halik na di na mapipigilan pang umalpas sa pipiliing buhay, magkahiwalay

Kailan ba ito mauulit, di ko alam
Di na kita mapipigilan

Ang alam ko lang na sa gabing ito na kahit gaano man kalabo ang iyong pagsusumamo ay ikaw ang pinakamaliwanag na bituin sa aking kalangitan na di na maglalaho kailanman

Espasyo

Minsan natanong ko kung kailangan ko bang
malaman ang lahat sayo
Sisirin ang lalim ng iyong isipan at pakiramdaman
Ang tibok ng iyong puso bawat segundo
Gusto ko sanang malaman ang iyong nakaraan at
masilip ang bukas na iyong tinatanaw kung
Kasama ako o abang lamang

Tama ba na malaman ko ang mga sikreto mo?
Natatakot ako baka ang IKAW ay ibang tao sa
nakilala ko
Kakayanin ko ba ang katotohanan o mas magandang
manatili nalang itong may espasyo
Sa kung ano ang MERON TAYO at ang
NAKARAAN mo
O ang nakaraan ko na pilit ko ding tinatago dahil baka
di mo MAYAKAP ito

Paano kung ginagawa mo lang lahat ng ito para
magamit mo ako?
Paano kung pinaniwala mo lang ako para lang sa
pansarili mong mga plano?
Ang hirap di ba, lalo na kung ikaw ako na di

matahimik ang mga duda lalo na kapag naririnig ko
ang dikta ng iba

Kailangan ko bang maging sigurado pagdating sa iyo?
O hayaan ko lang maging buo, marupok, handang
tanggapin kung ano man ang kaya mong talupan na
katotohanan o pagbabalatkayo?

Sa pagdaan ng mga araw mga tanong ay di na maarok
Nakakapagod para sa isip ko na hanapin ang lahat ng
mga sagot
Naisip ko nalang kaya pala binigyan tayo ng pag-ibig
sa puso dahil kung isip lang ang paiiralin natin
Walang MAGPAKAILANMAN o HABANG-
BUHAY na sasapat sa ginagalawan nating espasyo

Tama lang na may LAYO ang puso at isip
Para mapalaya ang TUNAY na kahulugan ng PAG-
IBIG

Istorya

Mananahimik nalang ba ako at maghihintay pa?
Habang ang buong mundo ay sinusulat mga istoryang
pinangarap ko ring masama
Dalawang pusong pinagtagpo at nagtapos sa ligayang
kukulangin ang mga pahina
Babasahin, aawitin parang mga napakagandang sonata

Hahanga nalang ba ako kahit may mali sa
nararamdaman ko?
Napag-iwanan na yata ako ng hinihintay ko sa
kalendaryo
Ang dami kong orasyon
Saksi pa nga langit sa aking petisyon
Pero bingi ito at ang tadhana'y tikom sa malinis kong
intensyon

Na sana dumating kana, ikaw na hinihintay kong
makasama sa aking pag-iisa
Bubuhayin ang istoryang matagal ko ng binuo sa
aking mga pantasya
Na tanging ikaw lamang ang makakapagpatunay na
may karapatan din akong sumaya
At bago man lang ako malagutan ng hininga
Masabi kong hindi lang ako isang malayang pahina

kundi isang istorya na may simula, gitna at may
IKAW

Harinawa

Kabuuan

Saan ba hahantong ang paghihintay ko ng tamang panahon
Para masabi ang mga salitang sa isip ko lang binubulong
Paulit-ulit binabalikan mga pinalampas na pagkakataon
Ang pag-ibig na ito sayo lang nakatuon

Paano ba sisimulan ang magpakailanman?
May mga tama bang salita na habang-buhay ang kahulugan?
May mga kilos na di magdududang panandalian lamang ito o kasinungalingan
Di ko mailarawan ang nararamdaman kong sawa na sa pagpapaliban

Sa iyong pakikinig sa aking kinikimkim na katotohanan
May kalayaan ba akong mamili ng idudugtong na katapusan?
Na hindi ito manatiling mga hilaw na salitang hindi naramdaman
Sa isang istoryang matagal kong binuo sa aking isipan

Sana maramdaman mo ang aking nararamdaman
Kung pwede lang haplusin kita ng umaapaw na pag asam para ika'y mahimasmasan
Mahabol ko pa ang iyong kasalukuyan dugtungan ang bawat alaala sa iyong kinabukasan
Mahal kita, iyan ang kabuuan ng aking mga dahilan

Siklo

Ang sakit pakinggan mga salitang "TAPOS NA TAYO!"
Lalo na kung sinanay mo akong "HANGGANG SA DULO MAGTATAGPO"
Mga masasayang alaala ay mistulang lobong pinapalaya sa langit
Mga masasakit na nakaraan niyakap muli ng mahigpit

Ganito mo ako natagpuan dati di ba?
Wasak, duguan, marupok, tanging sa sarili'y nakabaluktot
Maginaw ang pusong nawalan ng init na sa tiwala humuhugot
Habang ang isip ay paulit-ulit tumatakas sa iniwang bangungot

Eto na naman ako sa siklo na pinanggalingan ko
Sa SARILI nagsimula at sa SARILI na naman nagtapos
Habang ikaw, gaya nila, ay dumaan lang panandalian
Pinaalalang muli na ang tunay na pag-ibig ay di natatapos sa kamalian

Oo natapos na TAYO pero di natatapos ang AKO

Patuloy na maghahanap ng tamang TIYEMPO sa SIKLO ng buhay ko
Oo magmamahal akong MULI ng MAS SOBRA pa sa inalay ko sayo
Dahil ang pag-ibig para sa akin ay di nababawasan kundi lalong TUMUTUBO

Paalam sayo, minahal ko

Larawan

Ito nalang ang natitira kong kayamanan
Ang larawan mong iniwan bago ka magpaalam
Kalakip nito ang mga alaala na maaring di ko na maasam
Dahil lumisan ka na sa lugar na tinawag nating kaligayahan

Kailan pa ba kita makikitang muli?
Bawat sandali na wala ka'y umaasa pa rin ako sa iyong kandili
Na may pag-asa pang mabuhay ang litratong
Kapiraso ng aking langit, dahilan ng aking mga ngiti at pagpupunyagi
Tinanggap ko ng malwalhati na ikaw na ang huli kong tinatangi

Hanggang tingin nalang ba ako at haplos?
Binubuhay sa imahinasyon mga masasaya nating panahon
Inuukit ang bukas kasama ka sa isang pangarap na di kailanman maikakaton
Ng oras, lugar at anumang pagkakataon

Sa tuwing ako'y nalumlumbay sinusulyapan ko ang iyong maamong mukha

Nangungusap na maaayos ang lahat huwag mag-alala
Magtiwala na nasa tabi kita sa mga pagsubok at
pagdurusa
Ikaw ang kaluluwa ng buhay kong pata

Sana hanggang ngayon makilala mo pa rin ako
Sa kabila ng pagkakalayo ay hindi ka nabago
Dahil hindi ako nagbago sa nararamdamn ko sayo
Ikaw pa rin ang nag-iisang larawan ng ligaya sa isip at
puso ko

Ulan

Madalas akong nahuhuli ng ulan
Umiiyak ng walang dahilan
Marahil eto ang mga naipong sakit sa nakaraan
Na di ko mapigilang sumabay sa kalangitan

Pinipilit kong itago pero patuloy ang pagtulo
Umaagos sa mga matang nakatuon sa kasalukuyang binubuo
Dumadampi sa mga labi kong nakangiting tuyo
Dinaramdam bawat emosyong inaanod sa aking puso

Bakit kailangang lumuha ang langit kung nananahan dito ang ligaya?
Bakit kailangan ko pang lumuha sa kahapon kung ako ay ganap ng masaya at malaya?
O marahil hindi pa at nakiramay ang langit sa mga luhang ipinagwalang bahala

Nakaramdam ako ng gaan sa sarili at nagpasalamat kay Bathala
Tumingin sa langit at pinuri bawat patak na bumababa
Lahat ng bagay ay may dahilan
At sa tuwing umuulan unti-unti kong natanggap ang bawat karimlan

Kalahating Buwan

Kalahati na naman ang buwan
Nag-iisa sa madilim na kalangitan
Nagpapahiwatig sa mga taong iniwan
Mga pusong napaniwalang buo pero pinagkaitan ng
pangarap na magpakailanman

Saan o kailan ko ba makikitang muli
Ang nakatadhang iilaw sa langit kong sawi
Ang anino ng nakaraan mistulang itim na bahaghari
Sa wasak kong puso pilit pinagtatagpi

Binubuo ang sarili
Itinatayo sa kabila ng mga agam-agam
Ng pag-ibig na binuhos ko sayo ng walang alinlangan
o pasubali ngunit iniwan mo akong
Lango sa aking mga baka sakali
At sinusuka ngayon ang umay ng tayo palagi

Kalahati na naman ang buwan
Bumubulong sa akin na may kaunting liwanag pa
Makakaaninag sa pag-asang mahanap
Na ang kalahati ng pighati ay saya

Makita mo sana, ikaw na nakatingala
Ang kalahati ng puso ko na nangungulila

Kung Sakali

Ang sarap magbabad sa aking imahinasyon
Dahil nililibang niya ang aking sarili sa posibleng mangyari
Kung sakali na umayon ang tadhana sa ating mga puso at isip
Ayoko ng lumabas pa sa aking mga kathang-isip

Ikaw at ako sa binuo kong mundo
Pawang pag-ibig at ligaya ang bukang-bibig natin
Hindi ako magsasawang ikaw ay mahalin
Dahil iyon ang kahulugan ng aking buhay at lunduyan ng aking damdamin

Ikaw at ako magkasamang yayakap
Sabay tuparin mga pangarap
Mga pagsubok kakayaning ganap
Hindi magpapadaig sa ingay ng mundo
O hayaan ang oras at layo ang sa ati'y maglayo

Ikaw at ako magkasamang tumanda
Akay-akay ang bawat isa kahit mangamoy lupa
Susubuan kahit pustiso ay manawa
Balat man ay kumulubot
Buhok ay pumuti o mapanot

Hindi man natin mapipigilan ang panahon
Basta magkasama tayo, sapat na iyon

Mahal ko,
Pigilan mo itong mga naglalaro sa isip ko
Huwag lang sana itong maglaho na parang bula
Manatiling tulala, nganga, at habang-buhay
Na magsisi sa mga di mabilang na
"KUNG SAKALI"

Kung Ang Mahalin Ka Ay Kasalanan

Kung ang mahalin ka ay kasalanan
Ipipilit ko nalang tanggapin na di kita nakilala
Isa ka nalang pangarap o bahagi ng aking imahinasyon
na pwede ko nalang balik-balikan sa aking pag-iisa

Oo napakalungkot aminin iyon pero minsan may mga desisyon talagang kailangan panindigan
Dahil iyon ang nararapat para mapalaya ang mga tunay na damdamin na di sakim sa kasiyahan o kalayaan
Isang pag-ibig na di pilit o di hinahamak sinuman

Oo duwag na ako sa pasya ng mundo
Pero may katapangan sa pagiging duwag
Hindi man kita napaglaban sa rason na gusto mo
Magiging patas ako, maghihintay sa tamang panahon at pagkakataon
Na masabi kong "MINAHAL KITA SA MATAGAL NA PANAHON"

At kung hindi naman ako palarin sa aking dapit-hapon

Masaya na rin ako sa aking pag-iisa dahil kailanman
hindi ka nawala sa aking puso at memorya

Nandito ka lagi, nag-iisa

Muli

Di ko alam kung ano ang lunas sa aking
nararamdaman
Matagal ko ng kinukumbinse ang sarili na ito'y
panandalian lang
Pero ang sugat ay laging kumikirot
Kasabay ng puso kong basta na lang tumitibok
Di na katulad ng dati na sayo ito humuhugot
habang ang mundo ko sayo'y umiikot

Naalala ko pa na nahilo ng nahilo tayo sa saya
hanggang maiwan nalang akong mag-isa
Di na alam kung saan pupunta
Ngayon hinahanap ang TAMANG AKO kapalit mga
iniwan mong PANGAKO

Kailangan ko bang umakyat sa pinakamataas
na bundok at isigaw ang sakit?
O sumisid sa pinakamalalim na dagat para mabaon
ang pait?
O ilipad sa pinakamalayong himpapawid mga hinaing
at pasakit?
Pero bakit sa tuwing pinipilit ko itong ikahon sa limot
ay di ko pa rin masabi na ako'y ganap na nakalimot

Move on...move on na tayo eto ang lagi kong pangkondisyon
Sa mahabang panahon eto ay tinanggap kong ilusyon
Kung pwede lang sanang mapaghiwalay
Ang aking isip at pusong nakalaylay
Di pala ganun kadali kapag sinabi mong siya ang iyong buhay

Kaya eto panahon nalang siguro ang makakapagsabi
Na lahat ng sakit ay tuluyan ng naisantabi
Sana mabigyan ko ng hustisya ang mga iniwang aral ng kahapon
At hindi na ako alangan na muli pang magmahal ngayon

Paubaya

Hindi ko alam bakit may maling akala
Sa isip ng iba na ang pagmamahal ay dapat may mapala
Hindi nganga o talo sa bawat anggulo ng pagpaparaya
Pero nung nakilala kita gusto kong dayain ang tadhana

At nang hindi ako naiwan bigla sa inaakala kong alapaap
Mga planong inagos na ng dagat ng emosyon
Na ngayon ako ay babad pa at di alam kung paano aahon
Maraming katanungan habang-buhay na itatanong
Maaring di ko na masasagot, mga peklat na ng kahapon

Gaano ko man isipin ang katotohanan, puso ay mananaig pa rin
Ang saya at lungkot na iyong pinadama ay di ko kayang angkinin
Naiintindihan kita sana ay sa pagpapalaya ko sayo
Ikaw ay tunay na naging malaya
At itong pagpaparaya ay maging daan
Para masabi ko sa sarili ko na umibig ako ng totoo
kahit di ako ang pinili mo

Kasal

Para silang nasa paraiso
Dalawang pusong binuo
Pinagtagpo sa mundong hindi kailaman perpekto
Sa harap ng retablo mamumutawi walang hanggang pangako
Mga kabanatang ipagtatagpi-tagpi sa bukas na di sigurado
Isang malinis na paninang susulatin na magkatabi
Gaano man kahirap intindihin ang mga letrang lilimbagin ng tadhana ay magtatapos lagi sa kahulugan ng pag-ibig at saya sa bawat sandali

Sana ganun lang kadali
Subalit bakit marami parin ang nabubuhol sa maluwag na tali
Hindi nila mawari na ang bawat sandali sa buhay na magkatabi
ay pagyakap sa liwanag at dilim
Langit at impyerno, hirap at sarap
Dualismo na tanging pag-ibig lang ang mamagitan at magpapatatag

Wag sanang maging kampante sa bendisyon ng lipunan o ng simbahan

Walang tamang orasyon ang magsasalba sa tunay
na pag-iibigan
Walang magarbong selebrasyon ang sasalamin sa
sayang pangmatagalan
kundi ang mga pangakong bubuhayin sa araw-araw
Mga binhi ng pag-ibig na payayabungin sa bawat
pagkakataon na kailangang
rumispeto, umunawa, at magparaya sa isa't isa

Bente Otso

MAHAL ko...

Bukod sa kapanganakan ko ang araw na ito ang isa sa pinakamasayang nangyari sa buhay ko
Agosto bente otso, petsa na simbolo ng ating walang hanggang pangako
Ang tanging kalayaan natin sa mundo na niregalo ng buong puso sa ating mga puso
Saksi ang langit sa ating pag-ibig na sinubok ng panahon at patuloy na dinadaluyan
ng mga masasayang istorya sa bawat dapit-hapon

Bente otso, tanging araw sa kalendayo na lagi kong hinihintay
Dahil ito ang araw na nasabi kong hindi na tayo maghihiwalay
Anumang pagsubok ay di natin hahayaang magtagumpay
O isuko ang ngayon, bukas at magpakailanman na magkasabay na tatanda hanggang sa payapang humimlay
Ang tanging puputol sa mundong bawat oras nating kinukulay
At hanggang sa kabilang buhay ikaw ang aking

liwanag at gabay
Dahil pinag-isa tayo ng Diyos at walang sinuman o anuman ang pwedeng sa ati'y maghiwalay

Sayang

Sa lahat ng sayang sa buhay ko sayo ako lubos na nanghinayang
Nag-iisa ka at di na mapapalitan kailanman
Sa puso ko na umaasa ng mga tamang dahilan
Bakit di naging TAYO gayong pareho naman tayo ng nararamdaman

Dahil ba hindi akma ang panahon kasabay ng mga sanga-sanga nating desisyon?
O dahil sa mga nakapalibot sa atin na pinilit mga ibang atensyon at intensiyon
O dahil natakot tayong aminin ang pag-ibig na bubura sa lahat ng imitasyon
Pero ang lahat ay nauwi sa simpleng desisyon
Hindi tayo para sa isa't isa itigil itong malabong relasyon

Ayokong aminin na ako ay umaasa pa
Sa tagal ng panahon baka may sariling mundo ka na
O baka may nagmamahal na sayo at pinuno ang puwang na dapat ako ang magsasara
O marahil di mo na ako kailangan dahil masaya ka na

Okey na sa akin maghintay kahit wala ng pag-asa
Araw-araw kong dalangin kay Bathala na ikaw ay makaalala
Sa ating nakaraan at sa naunsiyaming tadhana
Ikaw at ako hanggang sa huli ay magsasama

Kubli

Madalas kong nahuhuli ang sarili ko na nakatingin sayo
Mali, titig pala, pilit kong inuukit ang maamo mong mukha
Sa isip ko na ngayon lang nakakita ng anghel sa lupa
Na bumaba para maisip ko na may pag-asa pang magsimula
Sumabay sa musikang sinulat at sabay kinabisa
Sumayaw sa himig ng mga pusong hindi na balisa
Humiyaw ng walang pangambang mapuna
Umibig ng di natatakot mabalewala

Akala ko tuluyan na akong mag-isa
Na edad ko lang ang may istoryang may kasama
Pero salamat at binuhay mo ang natutulog kong gunita
Nasabi ko sa sarili ko may kasama na akong tatanda

Madalas akong panghinaan ng loob kapag kausap kita
Normal lang daw iyon, dibdib ay kumakabog nahihiyang mahalata
Dug...dug...dug...dug...dug...dug... ang binubulong nito
Ikaw lang naman ang hindi pa matanto ang nararamdaman ko

Madalas maglaro sa isip ko na ipagtapat na sayo
MAHAL KITA, mali, GUSTO KITA muna
Ang makilala mo ako ng lubusan at masabi mong may tsansa pa
OO lang ang gusto ko sanang marinig sa iyong mga labi
Kapag handa na akong magtapat at di na nakakubli

Kandila

Saan na ba makikita ang ligaya ngayong wala ka na?
Mga tanong kong nagpupumiglas naghahanap ng pahinga
Sa araw-araw na hininga
Madalas walang malay nakatulala
Ginagalawan kong mundo
Kinakalong pa mga iniwan mong anino

Saan na ba mag-uumpisa ngayong tapos na ang ating istorya?
Mga alaalang di malilimutan
Mistulang itinapon mo na basura
Ang pag-ibig na ngayon ko lang nadama at pinadama
Di ko pa kayang dugtungan ng panibagong kabanata

Saan na ba ako maghahagilap ng rason para mangarap
Ngayon ang dahilan para matupad ito ay isa nalang pangarap
Ang binuo nating mundo na walang kawangis at takda
Gumuho ito inaagos ng aking mga luha

Wala ng saysay ang lahat dahil ang lahat ko ay sayo nakatugma
Para akong kalansay na naaagnas, wala ng kaluluwa

Unti-unting binabaon ang sarili sa kumunoy ng
kalungkutan
Habang hinihintay ang alay mong kandila sa aking
paanan

Ex

Di ko sinasadya na naalala kita
Ibig bang sabihin nun mahal pa rin kita?
O masyado ka ng nakakulong sa aking alaala
Na kahit sino pa ang dumating sa buhay ko laman
kana ng aking sistema

Sistemang dumaan sa maraming proseso
Mabibilang ang ligaya at mga pagsubok na ating
binuno
Ngunit gaano man kaperpekto sa isip natin ang
ipinaglabang relasyon
Ay meron paring nagpaubayang mga sariling
limitasyon

Kaya pareho tayong lumaya sa isa't isa
Nagsimulang magtiwala muli kahit na umaasa pa
Pero san man tayo naroroon ngayon o magkaiba man
ang ating mga pagkakataon
Nandito ka pa rin sa puso at isip ko
Hindi ka man ang sentro ng aking mundo
Parte ka naman ng nagbigay kahulugan sa buhay ko

Ikaw ang ekis na tama
Ang habang-buhay na hibla sa aking gunita

Ang saya, kalungkutan, galit at tiwala na iyong ipinadama
Mananatili sa akin hanggang sa huling hininga

Oo naalala kita pero di ibig sabihin na mahal pa rin kita
Sa pag-alala sayo ay nakita ko ang sarili ko
Buo, bago, totoo at higit sa lahat naging isang mabuting tao

Suntok Sa Buwan

Wala kang pinagkaiba sa buwan
Malayo ka sa akin imposibleng makamtan
Pero gayunpaman isa lang ang iniikot nating kalawakan
Ang mga kurbada at liko-likong daan ay magtatagpo sa iisa nating kapalaran

Wala kang pinagkaiba sa dagat at kalangitan
Milya-milya ang agwat ng ating katayuan
Ngunit di ako natatakot ipadama at ipaglaban
Ang pag-ibig na busilak at may paninindigan

Wala kang pinagkaiba sa pangarap at kayamanan
Hindi sasapat sayo ang aking simpleng sipag at karunungan
Mirakulo man ang aking kailangan ay handa kong isakripisyo kahit kaunting na kaginhawaan

Wala kang pinagkaiba sa perpekto at uliran
Salat ako kung ako'y ihahambing walang patutunguhan
Pero puno ako ng pangarap at lakas ng loob sa realidad

Kakayanin kong tuparin lahat ng iyong labis at mga hinahangad

Ito ang mga litanya na walang kasiguraduhan
Minsan naiisip ko na tama sila sa kanilang mga sukatan
Hindi tayo magtutugma sa isang masayang pag-iibigan
Subalit lagi mong inaakit ang aking kalayaan
Ikaw ang pinipili ko lagi kahit ikaw ay suntok sa buwan

Ngiti

Kailan ko ba huling nakita na nakangiting mag-isa
Sa salamin na laging naglalarawan ng malungkot kong panimdim
Laging makulimlim na ulap na di na nasinagan ng saya ng araw
Ngayon ay parang bukang-liwayway sa magdamag

Dahil sayo di na muling magdidilim ang aking kalangitan
Kaya ko ng tingnan ang aking sarili ng di kumukurap
o bumabaling sa kung saan
Maraming beses na akong bumigay sa katotohanan
Na kahit gaano ko iukit ang pinakamagandang ngiti
Mabilis itong mabura ng paulit-ulit na kasinungalingan
at nasayang na nakaraan

Pero salamat SAYO at kaya ko ng harapin ang sarili ko
Handa ng ngumiti muli at magpaubaya sa tumitibok kong puso
Hindi ko na kailangan pang bumulong lagi na "KAYA KO ITO!"
Dahil alam ko na IKAW ang dahilan kung bakit KAYA KO ITO

Sulyap

Sa di kalayuan matatanaw ko ang aking kinabukasan
Oo ikaw, ang nagpatigil ng mga oras na dati ay nag-
uunahan
Ang nagpatahimik sa maingay na lugar
Na pawang ikaw lang ang tanging laman
Ang pinakaimportante sa akin habang ang lahat ay
pangalawa lamang

Naririnig mo ba ang tibok ng puso ko?
Gusto ko sana makita mo rin ang isip ko na di mawari
ang takbo
Wagas na humahanga sayo habang dumadalangin

Ang mga anghel mong mga mata na hindi huhusga sa
aking itsura o katayuan
Ang iyong mga malambot na braso na yayakap sa
aking mga agam-agam
Ang iyong mga kandilang daliri na hahaplos sa aking
takot na lahat ay ilusyon lamang

Gusto kong pakinggan ang iyong bulong na
sinasambit pawang pag-ibig at kaligayahan
Tabihan ang iyong tenga, sumabay sa musikang
bumubuhay sa iyong kariktan

Nais kong sabayan ang iyong mga paa sa indak ng
buhay o mawala kasama kang maglakbay sa kawalan
Hindi ako matatakot dahil kasama kita

Ang sarap iukit ng panghabang-buhay ang iyong mga
ngiti
Papawi sa aking mga baka sakali at mga dalamhati
Nais kong halikan ka ng malumanay at yakapin ng
mahigpit
Ilayo sa mundong maaring pumigil sa pumapag-ibig
kong himig

Pero ang hirap pangunahan ang ngayon o ang tadhana
na nagmamasid sa aking mga sulyap at titig sa iyo
Inaabangan kung magpapaubaya ako o ibabaling ang
tingin sa malayo

Napapikit ako at bumulong sa langit
Na sana ang araw na ito ay isa lamang sa maliligayang
araw na bibilangin natin
Pero ang lahat ng katapusan ay may simula
Kaya lalapitan na kita at magpapapansin
Baka sakaling mabigyan mo ako ng pangalawang
tingin

Walang Label

Ang hirap ilarawan ang isang magandang istorya lalo
na kung naghahagilap ng pamagat
Walang label pero alam mo sa sarili mo na bawat
anggulo nito ay hinulma ng pagpapahalaga
Kumpletos rekados ika nga pero hanggang dun lang
ang kaya ng bukabolaryo nating dalawa

Sapagkat gaano mo man sabihin na nasa dila mo na
ang katotohanan
Ang uri, tatak o simpleng pakahulugan
Ay di mo maisplika sa letra ang ating nararamdaman
Dahil madalas sinasabi mo na ito ay panandaliang
paghanga o sikretong libangan lang

Hindi pag-ibig dahil masyado itong sumasakop sa
iyong kalayaan at tapang
Na ipaglaban ang nararapat
Na kahit sana sa mga salitang kahit di ganun
Kaakma at kababaw ay masabi mong ito'y may
pinagsimulan
Sapat na iyon para alam ko na kahit papaano
Itong mga oras na kasama kita ay may pupuntahan sa
ating mga alaala

Na kahit walang label ay alam ng bawat puso natin na
ikaw at ako ay mahalaga
Na di kayang tumbasan ng salita ang pag-ibig
Na kahit gaano mo man iwasan ay
Pilit kang hinahanap at tinutulak patungo sa akin
At ako sayo, gaano man tayo kalayo o ang mga oras
natin ay di nagtatagpo

Oo na walang label, walang tayo
Basta nandiyan ka, Okey na ako

Mundo

Hindi daw ako katulad niya o nila
Ang iyong mga nakaraan na ligaya
Kakaiba ako sa maraming respeto
Hindi swak sa lahat ng anggulo
Hilo nilang mapagtanto ang desisyong pinili mo

Na mahalin ako at ipakilalang TAYO
Sa totoo lang magkahalo ang nararamdaman ko
MASAYA dahil....
Wala kang pakialam sa sasabihin ng mundo
Bingi ka sa mga opinyong malapit sa puso mo
At dahil AKO ITO ay sapat na kahit hindi nila
masabing aprubado

MALUNGKOT din....
Dahil bakit kailangan pang ihambing
Ang pag-ibig na pwede kong ihain para lamang sayo
Hindi kulang o labis kung hindi NATATANGING
PAGMAMAHAL
Na hindi huhusga ng iyong nakaraan o pipiliting
pangunahan ang iyong bukas
Tamang sa tabi mo lang
Hawak kamay, magkasabay

Oo hindi nga ako katulad nila
At ayokong palitan lamang sila para masabi mong masaya ka
Maaring kaiba ako at hindi matatanggap ng kahit sino
Pero sapat na sa akin ang iyong titig at tahimik na kibo
Nangungusap lagi na ikaw at ako lamang sa SARILI NATING MUNDO

Mahal Kita Pero Di Na Ako Masaya

"MAHAL KITA PERO DI NA AKO MASAYA!"
Kala ko sa pelikula lang may ganitong linya
Maririnig ko rin pala sa iyong mga salita
Sa iyong mga labi na bukang-bibig mo'y tayo ay itinadhana

Di ko nahalata ang iyong nadarama
Parang may pahina akong nakaligtaang isulat ng masaya
Sa bilis ng pangyayari habang-buhay akong tulala
Pwede palang mangyari na mahal ka ng isang tao pero gusto naman makawala

Hindi mo ito binulong bagkus ibinulalas mong pilit
Puso ko ay natutong mag-isip habang ang isip ko ay nakaramdam ng sakit
Oo ang labo, okey lang kung masisiraan ako ng bait
Kaya lang mas masahol pa dun dahil ayoko na ulit umibig

Saan ba ako nagkulang o nasakal yata kita ng lubusan
Maiintindihan ko kung ikaw ay magtatampo

panandalian
Pero ang iwanan mo ako sa rasong hindi ko maintindihan
Ang iyong mga salita ay di sapat para yakapin nalang ang mga dahilan

Paano na ang mga plano at mga pangarap na binuo
Hindi ko na kakayaning makamit dahil di na ako buo
Hayaan ko nalang itong mga sumpaang napaso
Dalangin ko'y huli na ako sa mga pangakong napako

Naisip ko lang...

Paano kung naging baliktad ang pagkakataon?
Ako ang aalis at ikaw ang iniwang nagtatanong
Pareho ba ang madaramang sakit na babaon?
Pareho ba ang mga tanong na di kayang masagot ng simpleng rason?

Ang alam ko lang ngayon ay masakit
"OO MAHAL PA RIN KITA PERO MASAYA NA RIN AKO AT NAWALA KA NA!"

Kilig

Kilig,
Eto ba ung mararamdaman mo ng biglang
Tumigil ang iyong mundo dahil sa isang tao?
Na sa unang pagkakataon, sa paglapat ng iyong mga
mata ay bumaliktad ang iyong rebolusyon?

Ang mahabang panahon ng paghahanap sa sarili ay
biglang natagpuan sa iyong piling
Binura mo ang nakaraan, pinasaya ang kasalukuyan at
nais pabilisan ang bukas na makamit ang bawat hiling

Na may isang taong mas espesyal pa sa iyong sarili at
mas higit sa nakararami
Na may isang tao na bubuo sa iyong pagkatao,
yayakapin ang iyong mga kahinaan at pagkakamali
Gaano mo man ito pigilan ay kusa kang lalamunin sa
bawat sandali
Dahil ang kaya mo lang gawin ay pakinggan ang
bulong ng puso at isip na di mapakali

Unti-unti mong pinaubaya sa kanya ang ikot ng iyong
mundo
Siya ang sentro at dahilan ng bawat emosyong at
pangarap na sinasabog at inaamo

Masaya ka at di takot magbago o magpasakop sa lahat
ng anggulo
Dahil sa kanya kumpleto na ang buhay mo kahit
walang plano

Subalit titigil ang lahat pag nawala na ang kilig
Mapagtatanto mo kabuuan ng pinagarbong kathang-
isip
Manunumbalik panahon ng unang tingin, unang halik
at walang katapusang pananabik
Habang matutuyo ang damdamin na minsan ay siksik
at liglig

At sa katapusan nasa iyo kung ikaw ay basta na
lamang magpapadaig sa rebolusyon ng daigdig o sa
rebolusyon ng pag-ibig

Sandal

Hi Miss,

Alam mo ba?
Sa araw-araw, kasabay kita sa pila
Madalas tayong nasa isang fx pero magkalayo sa isa't isa
Gusto kong tabihan ka at makipagkwentuhan
Sa isang oras na byahe mga tanong ko ay nag-uunahan

Pangalan muna ba o may syota kana?
Makulit pa sa pasaherong gusto ng ganansya
Nakakahiya man pero kakapalan ko na
Ako nga pala ay tahimik na sayo'y humahanga

Sa katagalan,
Kabisado ko na ang maganda mong mukha
Kaya lang balot pa rin ito ng hiwaga
Ang sarap pagmasdan ang iyong mga ngiti
Na lagi kong hinuhuli at tinatabi sa aking sikretong tampipi

Ang maaliwalas mong awra
Pampaswerte ko sa umaga

Habang ang buhol-buhol na trapik
Kinukunsinte ang aking pananabik

Na madaplisan ng iyong sulyap
O masagi ko ang iyong kamay sa pag-abot ng bayad
Di ko alam kung paano mag-uumpisa pero
Sa isip at panaginip ko ikaw lang ang natatanging pasahero

Kaya pakiusap Miss
Huwag kang mahiyang sumandal sa aking balikat
Dahil di naman kita hahayaang mangawit o mapulikat
Handa kitang samahan kahit maligaw man ng daan
O masubok ng mga bako-bakong lansangan
Makakaasa kang may kasama ka at karamay sa nais mong patunguhan

Taglagas

Lumalamig na naman ang hangin
Mga puno ay naglalagas
Sa panahong ito mga alaala mo ay umaalpas
Sa tahimik kong isipan hindi ko mapigilan
Ang nakaraan, nagtatanong, nagpaparamdam

Giniginaw ang aking puso
Ang dating init na dala ay ligaya
Ay unti-unting niyakap ng pangungulila
Ang malayang daloy ng buhay ay natuyo
Nawalan ng kahulugan parang mga dahon na
sumasabay nalang sa hangin
Di alam kung san malilibing

Taglagas na naman
Panahon ng paggunita, pagpapalaya at paghihintay

PAGGUNITA sa mga pangakong iniwan mo sa
kawalan
Naduwag ka at kinain ng iyong kahinaan
Ang kalangitan na sabay nating pinaliwanag ng mga
masasayang tala
Ay naging isang madilim na dimension na ayoko ng
bigyan ng paggunita

PAGPAPALAYA sa tiwala na tayo ay muling magmahalan pa
Di na maibabalik ang dati
Di na ako umaasa pa na muli kitang mahagkan o
Marinig muli ang mga salitang aking naging sandigan
Malaya ka na,
Natuto na akong maging masaya sa mga punong wala ng lilim at sa malamig na hangin na bumubulong sa akin lagi na "Tahan Na"

PAGHIHINTAY sa tagsibol at tag-araw
Nananabik sa mga dahong kukulay sa matamlay kong buhay
Ang mainit-init na hangin alam kong may sisilay na pag-asa, isang patunay
Na sa bawat taong lumisan ay may bagong puso na handang yumakap
Sa aking mga kakulangan, kahibangan at bukas

Pa Fall

Talaga bang ganun ka?
Manhid sa pinakamalalim na kahulugan ng salita?
Sa dami ng pagpaparamdam mo sa akin na ako'y mahalaga
Ang "KAIBIGAN LANG" ay di sapat sa konteksto nating dalawa

Bakit kasi kung tingnan mo ako ay parang may laman
Kung kausapin mo ako medyo nauutal pero ang sarap pakinggan
Lagi mo rin akong kinakamusta o hinahanap sa iba
Kapag tinanong naman kita "WALA LANG!"
ang lagi mong patutsada

Habang tumatagal, nahulog na loob ko sayo
Ibang-iba ka sa mga nakilala ko
Ngayon ko lang naramdaman ang kaguluhan sa puso at isip ko
Nagtatalo ang dalawa kung sino ang yamado
Ang puso ba na nagsasabing mahal na kita
O ang isip na nalilito kung talagang may pag-asa ba?

Pero sandali...
Masyadong mabilis ang lahat

Hinay-hinay lang sa mga ipagtatapat
Walang araw na pagmamahal ko sayo ay gustong
sumabog pero di masabi
Walang gabi na di ako nakatulog ng may ngiti sa aking
mga labi

Baka naman talagang ganito ako
Manhid sa pinakamalalim na interpretasyon ko
Na sa dami ng aking inisip na iba't-ibang anggulo
Pakikinggan ko ba sila na katahimikan ang solusyon
At wag akong padalos-dalos sa aking mga ilusyon

Kaya lang...
Baka wala naman namamagitan na pagpapahalaga

Talaga lang siguro na pa-fall ang iyong mga galawan
kaya ayun gusto ko lang makawala na kasama ka

Sintonado

Sa iyong tinig naintindihan ko ang bawat letra ng kanta
Ramdam ko ang saya at lungkot ng pag-ibig sa saliw ng musika
Di ko mapigilan na sumabay, magpatangay sa malabong nadarama
Ang kantang kinabisa ay mistulang istorya nating dalawa

Napatitig ako sa iyong mga labi
Kinokorte nito mga kahulugang matagal ko ng pinagtatagpi
Sa aking mga panaginip, alaala at pangako ng bukas
Sana ikaw na ang bubuo at magtatapos sa pyesa na aking sinusulat

Napapikit ang aking mga mata
Patuloy na binubulong mga katagang iyong kinakanta
Tayo ay nagsasayaw sa wisyo kong nagpupulot-gata
Magkahawak mga kamay nagmamartsa sa mabulaklak na dambana

Ngunit unti-unting humina ang koro
Ang ingay ng realidad ay nilamon ang ating mga pangako

Di mo na narinig ang aking pananabik,
pagsusumamong laman ng aking puso
Pero ang lahat ay natapos sa huling nota at ritmo

Nais pa sana kitang kumanta, mabigyan ng pag-asa
ang naunsyami kong harana
Subalit sinalubong ng katahimikan ang aking
alinlangan at kaba
Pero bahala na…
Mahal kita gaano man kasintonado itong alay kong
musika

Tamang Panahon (Ldr)

Hindi ko alam kung ako lang ang nakakaramdam ng SAYA at KALUNGKUTAN
Sa tuwing nakakausap ka ang LAYO ay balewala sa mga ngiting maiiwan panandalian
Subalit ang kalungkutan ay raragasang parang alon ng pangungulila
Sumasalpok sa aking wisyo subalit kakalmahan ng mga alaala nating binaon ko pa

Di ko alam kung paano pa ako gagawa ng mga masasayang alaala
Distansiya natin ay di masukat o makalkula
Oras ay pilit inaakma sa damdaming di mawari kung paano tatagal pa
KAYA KO PA! ang lagi kong panuhol
Subalit hanggang kailan ko ba kakapitan
itong pasensiya na laging binubuhol

Madalas kong mapagkumpara ang dito at doon
Ang kahapon at ngayon
Puro tanong ang sa aki'y gumugulo at bumubulong
Bakit kailangan pang ipagpatuloy ang isang samahan
Na di alam ang patutunguhan at hanggang kailan mananahan

Madalas nakakaramdam ako ng selos sa mga
nagmamahalang nakagapos
Buti pa sila may NGAYON habang tayo ay nakatutok
sa BUKAS na kay Bathala pa ay nililimos
Hindi naman ako manhid para ito'y di ko mabatid
Minsan natutukso na rin akong tapusin pero sabi ng
puso ko ay HINDI MATUWID

Dahil para sa kanya ang pag-ibig na KUSANG
UMUSBONG ay kusa ding mawawalay sa TAMANG
PANAHON at RASON
At ang mga damdaming PILIT paring gumagawa ng
RASON aruman ang PAGKAKATAON
Iyon TAYO, at ito ang pinili kong desisyon

Kabig Ng Dibdib

Sa una hindi mo mahuhulaan
Kung sino ang iyong kapalaran
May kalayaan kang maghangad sa nararapat
Pero madalas nasusubok ang iyong pag-ibig na tapat

Gaano man liko-liko ang daan sa iyong puso
Mahahanap ito ng nakatadhanang tao
Masasagot niya ang mga tanong sa iyong isipan
At pupunan ang kahungkagan na matagal mong pinagtatakpan

Ngunit ang pag-ibig na minsan ay misteryoso at kumplikado
Ay magiging isa nalang ordinaryong kwento
Wala na ang katangi-tanging sulyap na nagpa-ikot ng iyong mundo
Ang kilig na nagpakabog ng iyong dibdib bawat minuto
Bawat galaw at linya para sa isa't isa ay kabisado
Walang bago...nakakabato

Sasagi sa isipan ang mga rason kung dapat ng tigilan
Tapusin ang relasyon na minsan ay walang katapusan
Ngayon bawat isa ay nagmamadaling bigyan ng

bagong kahulugan
Ang pagmamahal sa sarili at pagmamahal sa tamang dahilan

Unti-unting lumiwanag ang iyong paningin sa kung ano ang dapat piliin
Sa taong nais mong makapiling at hindi lang sa bugso ng damdamin
May ibang maglalakas loob na ika'y sagipin at palayain
Subalit naisip mo na ang pananatili ay mas mahalaga pa sa anumang pagbabago at hangarin

Iyan naman talaga dapat ang pag-ibig
Hindi natatapos sa mga simpleng kabig ng dibdib

Tibok

Kala ko magiging ordinaryo lang ang buhay ko
Gising, trabaho at tulog lang ang siklo
Sa araw-araw isa lang ang sigurado
Pagod ako at wala ng panahon sa usaping puso

O pag-ibig ang laging bukang-bibig ng mga in-lababo
Mangmang ako sa konseptong ito, madrama kasi at nakakabato
Natatakot din akong masaktan katulad ng mga serye sa radyo
Kaya sarili ko ang mahalaga higit pa kanino

Kaya lang bigla kang dumating sa buhay ko
Tama pala ang sabi ng mga marites sa kanto
Kapag ang kilig ay naramdaman mo
Hahamakin ang wisyo mo bawat segundo

Yung tipong sayo lahat umiikot ang aking mundo
Ikaw ang mahalaga at kabuuan ng aking pagkatao
Naisip ko na di lang pala ako naglalakad at naghihintay maabo
Naramdaman kong may pusong tumitibok-tibok sa dibdib ko
Malaya akong huminto, sumaya at magpatangay dito

Ang dalawang AKO ay naging TAYO, pinag-ISAng mundo
Mas masarap palang mabuhay ng ganito
Ayoko ng bumalik sa nakagisnang siklo
Dahil kahit paulit-ulit, di naman ako napapagod umibig sayo

T.O.T.G.A
(The One That Got Away)

Sabi nila lahat ng nawala ay napapalitan
Pero bakit pareho pa rin ang aking nararamdaman
May puwang sa aking puso na di pa napunuan
Paulit-ulit sa aking isipan nasayang na nakaraan

Di ka dapat nawala, kasalanan ko
Kung alam ko lang na di na tayo magtatagpo
Binigay ko na sana ang aking OO
Para nanatili ka at di naghanap ng ibang pangako
Tuloy nahihirapan akong yakapin ang bukas na wala ka sa tabi ko

Ikaw ang saya na nalusaw
Ang mga luha ko sa madaling araw
Ang alaala na babalik-balikan nalang sa aking pag-iisa
Dahil di ko na maitatama pa ang naunsyaming umpisa

Paano kung tayo ngang dalawa?
Pareho ba tayong sasapat sa isa't isa?
O baka sinadya talaga ito ni Bathala
Na ilayo ang tamang tao sa tamang pagkakataon

Dahil hanggang doon lang ang pag-ibig na kaya
niyang ipabaon

Lumaya kana subalit nakagapos pa rin ako sa aking
gunita
Nakadungaw pa rin sa bukas na bintana
Hinihintay na baka maligaw kang muli sa aking
tadhana
Kung mangyayari man iyon di na kita hahayaan pang
mawala

Sulat

Di ko inaasahan na makita ang iyong mga sulat
Sa tagal ng panahon inilibing ko na sa mga luma kong aklat
Wala ng dapat balikan, wala ng pupuntahan
Ito ay mga selyo ng alaala, bahaghari ng nakaraan

Di ko mapigilan na buksan ang isang pahina
May mantsa pa ito ng tsitsirya sa mga tinta
Pilit iniisip damdamin nung una ko itong binasa
Natawa ako bigla na talagang may kilig pa rin ang iyong mga talata

Amoy ko ang iyong pabango sa mga makahulugang kurbada
Ang lamig sa ilong, may kapayapaan na dala
Bakit nga ba hindi ko pa ito sinunog o binura sa memorya
Gayung ang kasalukuyan natin ay iba sa mga inilimbag mong letra

May tadhana na paulit-ulit mong isinama
Pati ang buwan at mga tala ay inalay mo pa
Sinaliwan ng musika na sasayawin natin hanggang

umaga
Ngunit sa huling himig naiwan akong nakatunganga

Hindi kita masisi sa iyong mga isinulat
Pareho tayong nakaramdam ng pagmamahal na di masukat
Akala ko sabay natin babaybayin ang magpakailanman, hindi pala
Ang mga sulat na ito ay mananatili nalang mga bulong kay Bathala

Tinta

Di na ako nagpaalam sayo
Nilagay ko na ang pangalan mo sa dibdib ko
Tanda na ikaw lang ang mamahalin hanggang dulo
Hanggang ang katawang lupa ko'y maabo

Minsan sinasadya ko itong ipakita sa mundo
Para alam nila kung gaano ako kaseryoso sayo
Isang buhay na lagda na hindi ko hahayaang mabura ng ano o sino
Dahil ikaw palang sapat na ako

Nilagay ko ito malapit sa aking puso
Dahil doon ka nararapat mahal ko
Sa bawat pagtibok nito'y maghahalo sa aking dugo ang tintang pangako
Ikaw lamang ang sentro at dahilan ng buhay ko

Ang pag-ibig ko sayo na namutawi sa aking bibig at tinatak sa dibdib
Mananalaytay sa aking isip na hindi basta magpapadaig
Alam kong ito'y di natatapos sa anumang garbo o dahilan

Kailangan ng kilos para manatili ang malalim na kahulugan

Hilom

May dahilan ang bawat sugat
Maari itong aral para mamulat
O kabanata na may bagong pamagat
O isa itong pag-ani sa mga desisyong hindi sapat

Huwag kang mag-alala at hindi pa huli ang lahat
Di ka nag-iisa dahil bawat isa ay may karapatang magkalat
Magkamali at humingi ng tawad sa sarili
O sa mga pusong piniling isantabi

Huwag magmadali dahil ang lahat ay may tamang rason at panahon ng paghilom
Damhin mo ang sakit hayaan ang mga luha sa paglagom
Darating ang bukang-liwayway, hindi laging dapit-hapon
Sisibol ang bagong ikaw mula sa anino ng kahapon

Sa iyong pag-ahon sa mga binunong pagsubok
Mga sugat na nagmarka ay paalala ng iyong pakikilahok
Pagsasabuhay sa tunay na kahulugan ng buhay

Ito ay ang PAGTAYO SA SARILI at
PAGTINGALA LAGI SA NAKASUBAYBAY

Limot

Ganun nalang ba kadaling sabihin
Kalimutan ang lahat sa atin?
Burahin ang mga detalye at istoryang ikaw at ako ang bumuo't umangkin
Ngunit kung iyong mamarapatin bigyan mo pa sana ako ng panahong dayain

Ang simula, gitna at katapusan ng pag-ibig natin
Gawin itong perpekto walang bahid na dungis at lihim
Ng sa ganun malimutan ko ang sakit at hindi ang sayang iyong isinalin
Sa mundo kong malayo sa dati na habambuhay kong yayakapin

Nais kong paniwalaan lahat ng mga salitang namutawi
Ang pag-aaruga mong di ko napansin na di na mananatili
Bawat halik, yakap at mga pangarap na aking itatabi
Sa pinakasulok ng aking puso at isip hindi kailanman masasawi

IKAW ang kabuuan ng AKO at
AKO ang nagbigay kahulugan sa IKAW
Sa mahabang panahon naging isang TAYO

Na di kailanman magkakalayo sabi mo
Ngunit iyon pala ay kilo-kilometro sa aking paniniwala
at sa iyong mga patotoo

Gusto kitang tanungin kung paano nga ba makalimot
Kung ano ang iyong ginamit na pambura sa mga memorya kong ibinalot
Kung ano ang gamot sa sakit na laging kumikirot sa tuwing ika'y kumakatok
Sa aking pag-iisa ayoko pa tuloy pumalaot

Buti ka pa at nahanap mo na ang iyong paraiso
Habang patuloy kong binubuo ang isang magandang kwento
Nais ko itong ibahagi gaano man ito kakumplikado
Dahil minsan sa buhay ako
Ako ay umibig, inibig…pasensya na
Hanggang dun pa lang ang kaya ko

Nobya

Madalas tayong mapagkamalan na magsyota
Pero eto ay isang maling akala
Kasalanan sa titulong kaibigan lang
Walang halong pag-uunawaang nakakalamang
Ganun lang ang lagi mong pinapaalam pero ni minsan di ko sinigundahan

Tampulan tayo ng tukso
Mabilis kang napipikon habang tahimik akong sumasangayon
Sa bawat bulong, pasaring sa relasyong ihambing sa mga pusong naglalambing
Di ko maisigaw na ikaw ang nais ko lang makapiling

Ikaw ang katuparan ng mga pangarap ko
Ang wakas sa lahat ng aking simula
Ang panata sa di mabilang na pagkawala
At sagot sa mga tanong na matalinhaga

Gusto ko ng tumigil sa aking balatkayo
Aminin sa iyo na hindi ako malakas para lumayo
Isantabi ang matamis mong ngiti at dalisay na puso
Lagi kong dalangin kay Bathala na matanggap mo ang lihim kong tinatago

Sa kabila ng ingay ng mundo at litong isip mo
Nandito ako nagmamahal bago mo pa ito matanto
Bago pa mahulog ang loob mo sa katulad kong ordinaryo
Nasa tabi mo ako lagi ang tagahangang nagsusumamo

Hindi ko na kaya pang sarilinin ang nahanap kong ligaya
Kailangan ko itong aminin para lumaya at hindi basta nalang umasa
Paninindigan bawat salitang ipapadama, bahala na
Oo MAHAL KITA bilang kaibigan pero MAS MAHAL KITA bilang aking NOBYA

Gelato

Tirik ang araw
Balisa ang aking puso
Buhol-buhol ang isip na sa problema ay maluho
Umiwas nalang ako sa umiinit mong ulo
Sa mga oras na ito ang saya ay nasa gelato

Naalala ko ang tamis, linamnam at kakaiba nitong pagsuyo
San kita unang nakita at minahal ng walang biro
Sa pagdaan ng panahon mundo nati'y natuliro
Sa kung ano dapat tayo at hindi lamang anino ng mundo

Bakit kailangan baguhin ang nakagisnang lasa?
Bakit nagkulang ang timpla kung ang mga tamang sukat ay pinangako at kinabisa?
Nagkamali ba tayo sa halo o nasobrahan sa mga panuto nila?
Kaya tayo nalilito kung sino ang dapat magpasya at sumaya

Buti nalang may gelato na di nagbago kailanman
Pinapatahan nito ang silakbo at alinlangan sa ating kasalukuyan

Mananatili akong sa iyo'y totoo at laging nakaabang
Sabay tikman muli isang kutsara pang pag-ibigan

Dispalinghado

Mahuhulaan mo ba kung kanino ka iibig?
Madidiktahan mo ba ang puso kung kanino siya magpapadaig?
Magpapasakop sa kabila ng mga limitasyon
Na maaring ipuna o ibato ng mundo sa pinili mong interpretasyon

Ng pag-ibig
Saksi ako sa sinisigaw nila na dispalinghado ang bawat anggulo
Masyado ka daw matanda para sa akin
At di ka na makakasabay sa aking mundo
Mga panahon natin ay di nagtagpo
At mas lalo nilang sinusubok mga binitiwan nating mga pangako

Sa isa't isa
Ngunit di tayo basta magpapaubaya
Sa mga mapanirang salita o sa mga duda na di tayo liligaya
Mali sila at ito ang aking panghabang-buhay na panata
Patuloy kong susulitin mga segundong kasama ka
At hindi ang milyang binibilang ng mga mapanghusgang mata at bunganga

Huwag ka sanang bumigay
Makinig sa mga pinaniniwalaan nilang gabay
Sa kung ano ang perpekto o normal
Dahil para sa akin ikaw at ako
Pinagtagpo at patuloy na magmamahal

Sikreto

Ikaw ang sikreto kong dadalhin sa aking kamatayan
Ikaw ang katotohanan na maaring sumira sa aking kasalukuyan
Nais kitang ibaon sa pinakadulo ng aking isipan
Maging isang piling alaala na dapat ng kalimutan

Alam kong ito ay hindi nararapat
Dahil umibig ako ng tapat sa hindi dapat
At sa batas ng mundo at ng Diyos ikaw ang kasalanang hindi ko na dapat niyakap
Di ko sana nararamdaman ang ligayang panghabang-buhay na payak

Absuwelto ba ako kung sabihin kong tao lang ako?
Nadapa, marupok subalit pinili kong malunod kasama mo
Saksi ang aking konsensiya sa kalam ng laman
Hindi kita ginamit natukso lang ako sa mababaw na dahilan

Lahat siguro may katapusan
Kaya pinili ko nalang itago kita sa madilim kong nakaraan
Eto na ako ngayon nakaharap sa tamang kahulugan

Habang araw-araw na bumubulong sa langit
humihingi ng kapatawaran

Gaano ko man iukit ang ngiti ng kasalukuyan
Mananatili kang sikreto sa nabubulok kong katauhan

Piling Alaala

Bakit may mga salitang hindi nasabi?
Sa tamang panahon na dapat ito ay marinig?
Hinihintay ko ang pagsusumamo mo na
Ako'y maghihintay habang ikaw ay lilihis
Sa landas ng pag-ibig at yayakap sa mga pangarap na iyong ninanais

Naiintindihan ko naman kahit di mo iletra
Ang kaakibat na pasensiya sa isang pag-ibig na mura at wala sa tamang kalkula
Pero ganunpaman, malayo ang aking tinititigan na istorya
Ngunit tikom ang iyong pasya, walang garantiya sa bukas nating dalawa

Lumipas ang mga taon
Nagkita tayong muli
Di mo napigilan mga naunsyaming baka sakali
Nais mong ibalik ang dating pananabik
Ngunit mga tadhana nati'y nakahabi di na maibabalik

Gusto kitang sisihin bakit hindi nagtugma
Hindi ko naitanong mga tamang salita
O hindi mo naipaglaban ang nadarama

Sadya ba talagang may mga salitang sa alapaap nalang maikakanta?
At sa tamang panahon o di tamang pagkakataon
Ito ay mananatiling mga piling alaala

Inip

Di ko lam kung san patungo itong aking paghihintay
Sa mga tanong ko sayo tama bang panahon nalang
ang makakapagsabi?
Minsan ramdam ko na puro nalang pasintabi
Kasi nga naman nakikisingit lang ako sa iyong mga
priority

Bakit di mo naman masabi diretso na ayaw mo sa
akin?
O gusto mo ako para may hinahawakan akong
espesyal sa atin?
At hindi nalang nanghuhula lagi kung ano ang meron,
tama o mali
Ngunit madalas sinasabi mong wag akong apurado,
hinay-hinay lang baka mabati

Ano ba ang hinihintay mong mga senyales?
Wagas naman ang aking nararamdam sayo
Puro nalang ikaw ang sentro ng aking mundo
At magugunaw lang ito pag ikaw ay lumayo
Pakiusap wag mo na sanang patagalin pa, naiinip na
ako Mahal ko

Basta, ah basta
Nakakasawa mo ng linyada
Para akong walang kwenta sa binubuo mong istorya
Mas nauuna pa ang eskwela, kaibigan at pamilya
Habang ako naman ang huli sa listahan ng mahalaga

Sino ba naman ako di ba?
Ingay lang ako sa pinapakinggan mong musika
O puwing sayong mga mata na nakatitig lagi sa
kanilang pasya
O balakid sa mga pangarap mong matupad at sumaya

Marahil tama tayo ng nadarama pero ang isip mo ay di
pa kayang mapag-isa

Pag-Ibig

Nakakalungkot isipin minsan kung bakit
Pilit inihahalintulad ang pag-ibig sa kaalaman
O ang katotohanan at sa tunay na nararamdaman

Kinukumplika ng karanasan ang kasalukuyan
Ang hirap balangkasin ang dapat sa bagong
binubuong samahan
Ang simpleng areglo ay binubuhol ng samu't saring
emosyon
Na kung susumahin ay atensiyon o pagyakap sa
kabuuan mo,
Gaano man ito iba sa unang sibol ng paghanga o
paghubad sa mga patong-patong na maskara mula
pagkabata

Nakakalungkot isipin na minsan kayang baguhin ng
lungkot ang saya sa simpleng kamalian
Na kung tutuusin ay katiting lamang ito sa ating mga
sariling kakulangan
Pero dahil sa pag-ibig ang kulang ay puno, buo kapag
ibinaling ang tingin
Sa kung ano ang meron at hindi ang dapat na
binubulong ng mundo

Nakakalungkot isipin na ang mga segundong
nasayang dahil sa galit ay pagkalimot sa mga
masasayang segundo na di na maibabalik

Maaaring mapatawad mo ako pero nasira na ang
tiwala
Na pilit sinusubukan ng kaalamang maintindihan pero
di na mababago ang nararamdaman
May lamat na ang mga masasayang samahan na
sinusubukan nating huwag mawala'y ang mga ngiti
kailanman

Ganun siguro ang tunay na kirot ng pusong
sinusubok
Sinusulit ang pag-ibig na di mo maintindihan noong
una
Pero pilit ngayong pinapagtanto ng isip na kumalma
at magpasensiya

Hindi sa lahat ng pagkakataon ay masaya
Minsan kailangan maging bukas sa lahat ng sasabihin
ng bawat isa
Gaano man ito kaanghang o kaligamgam
Ay mapagtatanto din ng isip na
Bago ito nagkamulat sa kung ano ang pag-ibig ay una
itong nakaramdam ng langit sa mga pusod ng dibdib

M.U.

Sabi mo M.U. na tayo
Eto ba yung Malapit na sa Uso?
Yung tipong pwede na tayo magholding hands
Sunduin, lambingin at sumabay sa mga bagong fads?

O eto yung M.U. na Malabong Usapan
Na pilit iniisip na may TAYO pero ang Totoo ay may LAYO
Sa ating nararamdaman at interpretasyon
Di ko ma-gets kung bakit kailangan itago pa ang ating relasyon

Relasyon? Oo yun ang alam ko, may nararamdaman ako sayo
Mahal kita simula nung una kitang makita
Pero bakit hindi mo masabi na pareho ang ating tinititigan na istorya

Ang dami mong komplikasyon
Kinukumbulsiyon ng maraming prioridad ang simpleng atensiyon
Ang mga oras na kasama kita ay katumbas ng higit pa sa kahulugan ng pagsinta

Hindi mo man naipapakita sa mga mata ng iba ay
ramdam ko ang iyong pagsusumamo
Na maghinay at huwag manamlay
Kapit lang sa mga pangakong binubuhay
Ang pag-ibig na ito, salat man sa konteksto
Sa Mutual Understanding nalang ako susuko
Mahal ko

Cool Off

Time first!
Kala ko sa laro nung bata pa ako maririnig lang ang mga katagang ito
Yung tipong gusto mong tumigil dahil may mas importante pa dito
May mas mahalaga pa sa oras o sa mga kasama mong nagsasaya sa simpleng tumbang preso
Naalala ko nasambit mo rin ngayon ito ng may halong pagkatalo

Di naman tayo naglalaro, pagkat ako'y seryoso
Gusto mong tumigil, huminga panandalian
Pagod na sa relasyong sabi mo ay kumplikado
Saan ba ako nagkamali, palagi naman kitang napapangiti
O may sikretong hindi masabi ang mga balatkayo mong mga labi

Marahil may mas mahalaga pa sa akin
Hindi mo makita ang iyong sarili sa mga taong inihain
Pilit may puwang sa aking piling
Na unti-unti mong nahanap sa iba na di ko man napansin

Gusto kong pigilan ang iyong pagpiglas
Pakalmahin ka, paalala masayang nakalipas
Subalit bigla kang lumayo ng di man lang nagpaalam
Di ako nakapaghanda, mundo ko'y balot ng agam-
agam

Ang sabi ni ama may mga ibon talagang lumalayo
panandalian
Nagpapalamig, naghahanap ng ibang tahanan
Kusa silang babalik sa nakatakdang panahon ni
kalikasan
Sana ganun ka din, tatanggapin kita ng walang
alinlangan

Ghosting

Hindi naman ako matatakutin na tao
Pero ang di mo pagpaparamdam
Ay nakakapanindig balahibo
Mas matindi pa sa sinapian ng mga engkanto
O ang mga zombie na wala ng pakialam sa mundo

Di ako naging handa sa mga nangyari
Ang akala kong ambon ay naging bagyo
Ang simpleng siga ay tumupok sa lahat at inabo
At ang mahinang yanig ay lindol na gumuho sa lahat ng mga pangarap ko
Dahan-dahang pinalitan ang Tayo ng Mag-Isa nalang ako

Ang hirap maiwan sa ere
Sumabit ako sa tiwala pero marupok pala ang kable
Nahulog kasabay ang mga pangakong akala ko ay di na mababale
Pero ang bilis niyang makalimot pinalitan ang saya ng bangungot
Bigla nalang akong nagising isang araw
Nilalamig at mag-isang nakakumot

Ngayon ang lahat ay anino na lamang
Di ko na alam kung ano ang tunay sa nakaraan
Ginawa ko ang lahat ipinadama ang pag-ibig na tumpak
Wala na nga akong tinira sa sarili, iniwan pang wasak

Pero napagtanto ko na rin ang lahat
Di dapat pala matakot sa mga multong lumisan at nagpahirap
Hindi lang talaga sila sapat para sa aking paglalayag
Sa tunay na kahulugan ng pag-ibig at sa buhay na may ligaya at tapat

Basted

Basted, ang tawag sa mga umibig pero nasawi panandalian
Ang naligaw na sumisigaw ng pag-ibig subalit hindi narinig ng pinagbigyan
Nalito, naduwag, nagtangkang ibigay ang laban sa buhay
Pero ng mahimasmasan, lahat pala ng nangyari ay may dahilan

Basted, ang turing sa taong "HINDI" ang laging naririnig sa tuwing puso ng iba ay tinatanong
Ang kilig ng damdamin ay unti-unting natutuyo
Kasabay ang isip na tuliro, pangit ba ako o sadyang kinulang sa imahinasyon?
Maaring di ko naibigay ang pinapangarap niyang mundo at determinasyon?

Basted, ang tawag sa taong nag-joke pero di niya na-gets
Pasadya ang porma, mala santo ang bibig, getleman kung kumabig
Pero para sa kanya lahat ay pilit, kinulang sa tamis o angas

Maaring mababaw ang pangarap o ang di kaaya-ayang nakaraan ay di matanggap

Lahat nalang, anupaman, ay di sapat sa panlasang hindi karaniwan
Pero hindi talaga aakma ang hindi para sa iyong sukat, huwag magdamdam
Basted man ang tawag nila sa atin ay hindi ko iyon tinatanggap
Dahil pinili kong umibig, sumubok para sa tingin kong mga PANGARAP

Hindi lang TAYO para sa KANILA
Alam ng Diyos kung saan lang talaga TAYO MAS SASAYA

Move On

May mga bagay talagang hindi akma
Sa damdamin at sa timing
Gaano mo man ibigay ang lahat
May makikitang rason
Na may pagmamahal na di sapat
O sasapat

May mga pagkakataon talagang
Nakatadhanang magwakas
At meron namang naghihintay umpisahan
Gaano man ito kailap at walang kasiguraduhan
Tiyak ang mga aral ng nakaraan ay nakaalalay

Sabi nila ang pag-ibig ay para lamang sa mga matatapang
Ito ay pagtanggap sa hamon ng tunay na pagmamahal kaninuman
Subalit para naman sa mga sawi at pinagkaitan
Ito ay isang malungkot na kapistahan
Dahil wala ng sasaya na tanggapin ang katotohanan
Na ikaw at ako ay para sa mga taong mas may kakayahan ipaglaban

Ang pag-ibig na nakalaan sa mga tamang kamay
Huwag ng malumbay dahil ikaw ay hinihintay na
magpatuloy sa buhay
Isa ka lamang sa maraming matatapang na sumugal
Hindi ka man nanalo sa mata ng mundo pero di ka
naman natalo sa mata ng Diyos
Dahil para sa kanya karapat-dapat kang mahalin ng
isang katulad mong hindi sumusuko maharap ang
deserving

Kape

Para sa akin KAPE ang pinakamasarap na naimbento sa mundo
Lalo na ang timpla mo na laging hinahanap ko
Ang tamang tamis at tapang ay di kayang hulaan lamang ng sino man o mapalitan
Sapagkat sinukat ito ng panahon at hinalo ng araw-araw na desisyong manatili na
Tikman ang kakulangan at kasobrahan ng pait at galit
O bawasan ang sarili at dagdagan ang saya sa bawat sandali na magkasama tayo
Madalas akong napapangiti dati dahil
Hindi mawari kung anong gayuma ang iyong isinalin
Pero sa puso at isip ko iyon ay pag-ibig na tunay at walang hambing

Sa pagdaan ng panahon unti-unting lumamig ang dating umuusok sa init
Ang gumigising sa aking diwa ay parang kapeng nangungulila sayo
Sumasabay sa pagpatak ng ulan ang mga luhang humalo sa kapeng tinantsang buuin kong muli
Subalit bawat sukat ay kulang, malabnaw
Mistulang ordinaryong tubig na may kulay,
Ngunit walang kaluluwa at buhay

Di na katulad ng dati na sa bawat higop ay kumpleto na ako
Hindi na naghahangad ng anupaman sa mundo
Kundi ikaw lang at ako, magkahalo
Parang kape at gatas na di man pareho sa maraming aspeto
Ay sinisikap na mag-iwan ng panlasa na di makakalimutang alaala kaya pangako ko sayo

Sa mga natitirang oras ko sa mundo ay
Ihahalo ang masasayang nakaraan at pait ng ngayon
Patuloy na hihigupin ang mga alaala na bubuhay kasama ka kahit wala kana sa piling ko Mahal ko

Sukat

Sabi nila lahat ng sobra at kulang ay hindi maganda
Masyadong maalat o matamis ang ulam
hindi na masarap at masustansiya
Sobrang pagmamahal o kulang na aruga
ay nakakasakal o nakakaumay kapag tumagal pa

Pero sa totoo lang wala naman perpekto sa pagmamahalan
Meron talagang sobra at kulang sa dalawang puso na
pilit hinahanap ang langit o magpakailanman
Subalit sa kabila ng magkaibang sukatan
Ay may pag-ibig na di nauubusan

OO napapagod at madalas ito ay nasusubok
Naghahanap ng nararapat tumanggap
Nandun na ang takot at pangamba na maulit o di na mauulit pa
Pero sa pusong tuliro sa tamang pag-unawa at saya
Ang tapang na laging sumubok magpatuloy at mag-umpisa ay
Ang tunay na kahulugan ng pag-ibig na malaya

Sa katapusan, masasabi kong tama din sila na ang tunay na sukat ng pagmamahal ay ang pagmamahal na walang sukat

Away Bati

Aso't pusa tayo kung magbangayan
Walang araw na di tayo nagpapatintero sa suyuan
Pero ganun pa man di ko naisip na ika'y iwan
Dahil ang tunay na pag-ibig ay may kalabuan at kalinawan

May mga araw na para tayong bagong kasal
Hindi mapaghiwalay, walang lambing na nakakasakal
Minsan naman para tayong mga retirado na sa pagmamahal
Walang gana't nag-uulyanin na may kasama pang minamahal

Normal na ang mga maaanghang na salita
Sinusuka ang minsan na sinasabing biyaya
Tinutulak papalayo mga yakap na dati'y ayaw ng lumaya
Mga halik at pagsusumamong di na hinahanap sa iyong pagkawala

Pero mas madalas kesa sa minsan gusto kita sa tabi ko
Mahal ko, ikaw lang ang mundo ko
Hindi ko binibilang kung ilang beses tayong nag-away

Mas binibilang ko kung ilang beses tayong mas tumibay

Sa kabila ng ating mga kahinaan
At mga kumplikadong nakamulatan
Ay nangibabaw parin ang pag-ibig na naramdaman

Oo Mahal ko
Ikaw lamang ang aking pahinga at hinahon sa mundo kong pabago-bago

Kahulugan

Pagdilat palang ng aking mga mata
Hinahanap na kita sa umaga

Para akong bukang-liwayway na sabik makita ang kulay ng mundo
O isang bubuyog na unang beses na maamoy ang mga bulaklak na pawang naambunan ng iyong samyo

NAPAKABANGO!
Nagbibigay buhay sa kaluluwa kong pagod na sa kakahanap ng kahulugan sa pare-parehong galaw ng mga patang paa at bisig

Sabayan mo pa ang isip ko na di mawari kung paano mabubuhay sa susunod na araw o
Makikita pa bang matupad ang mga pangarap na minsan ay mailap pa sa maluwag na kalsada ng EDSA

Ang sarap isipin na sa kabila ng mga palaisipan na gusto kong maliwanagan
Ikaw ang aking kasiguraduhan

Sa mga pangyayaring hindi masakop ng aking lakas at kalayaan
Ikaw ang aking sandigan sa aking kahinaan

At sa tuktok ng mga hinahangad ko sa buhay nandun
ka't inspirasyon ko sa aking tagumpay

Salamat at binigyan mo ng kahulugan
Ang bawat pagbangon ko sa umaga at sa
Pinili kong mga desisyon na kasama ka

Drowing

Ang ganda ng ipinamana mong obra maestra
Polido sa detalye, ramdam mo ang emosyong nakatala
Puso ko ay manghang-mangha
Nabihag sa hiwaga ng mga linya at kurbada
Ang mga hugis at kulay ay mistulang pinagdugtong-
dugtong na pyesa

Subalit ang kabuuan ay isang sining na walang laman
Dahil ang akala kong mga pangarap at pangako mo
Ay pawang drowing na sa isip lamang ninanamnam

Gusto kong burahin mga parteng aking kinulayan o
Lamukusin ang obra na walang kinahinatnan
Sana naging blanko nalang ang lahat para wala ng
nasaktan
Sana ay di na kita hinayaang pang gumuhit sa aking
kapalaran

Ngayon ay pinipilit kong hawakan ang lapis
Iguhit muli ang saya ng aking buhay at ang puso kong
nasasabik

Lilim

Simula nung lumisan ka natuto na akong magtanong
Madalas dati OO ang sagot ko parati
Lalo na SAYO na pinili at inibig kong walang hati
BUO sa bawat hinihinging kahulugan ng iyong pagkatao
At para sa kasiyahan mo, sarili ko ay isinuko

Kaya di ako nagsisi nung lumisan ka
Oo mga luha ko ay sumasabay sa dinurog mong pag-asa
Pero ako ay nanatiling MATATAG kahit malaya kana
Naisip ko nalang hindi ka bukod-tangi dahil marami pa diyang iba

Para kang ibon na dumapo sa ibang sanga
Mas pinipili mo kasi kung ano ang maganda sa iyong pabago-bagong panlasa
Parang kailan lang masaya ka sa aking piling
Oo marupok ako pero di ko hinayaan ang iba na dumapo o sila ay mapasaakin

Dahil MAHAL KITA alam mo yan
Pero isip mo palagi ay mas merong NAKAKALAMANG

Ewan ko ba, ayokong idikta sayo na ako ay SAPAT na sa buhay mo
Nalaman ko nalang iba pala ang sukatan mo ng PERPEKTO

Kaya eto, sumusunod nalang muna ako sa hangin
Naghihintay na baka may bagong ibon na dadapo at magmamahal sa akin
Ikukwento kita sa kanya, walang itatagong LIHIM
Ng sa ganon malaman ko agad kung siya ay para sa aking LILIM

Bagay

Di daw tayo bagay sabi nila
Pinipilit lang daw natin ang tadhana na umayon sa ating nadarama
O iginapos ang manunulat ng ating kwento at
Pinagtagpi-tagpi natin ang katapusan ng may ligaya

Masisisi ba natin ang bawat isa
Kusang nag-usap ang ating mga puso upang maging isa
Walang pakialam sa sukatan ng mundo at pasya
Hindi natatakot mahusgahan o masabihang "TAMA NA!"

Alam ko marami ang mga nakamatyag na mata
Naghihintay na mauntog ka at madapa
Magkamali at masabi mo na tama pala sila
Hindi ako karapat-dapat sa pag-ibig mong para lamang sa mga bukod tangi't pinagpala

Sa hitsura, kayamanan o pamilyang hinahangaan
Inaamin kong salat ako diyan
Ang meron ako ngayon ay busilak na kalooban at tapang
Na kayang tumalon sa iyong mga pangarap at

kahibangan
Handang baguhin ang sarili para sa iyong ikabubuti lagi
At hindi magbabaka sakali na buhay ko man ay isantabi para ikaw ay manatili

Oo na kalokohan ang istoryang puro ligaya lang
Ang mga pagsubok, pait at kalungkutan ay di natin matatakasan
Dahil ito ang tunay na kahulugan ng pag-ibig na pilit bulag ang karamihan
Tiwala ako na naintindihan mo iyan
Subalit kung maisip mo man na tama sila
Hindi ako mag-aatubiling palayain kita

Dahil para sa akin sapat na minahal kita kahit alam ko sa araw-araw na pwede kang mawala

Happy Ending

Nung bata ako mahilig ako sa happy ending
Masaya ako sa mga kwentong nasagip nung prinsipe ang prinsesa at nagtapos sa wedding
Subalit sa aking paglaki ay pagkamulat sa iba't-ibang ending
Ang hirap pagdugtungin ang dalawang pusong pilit inihahambing

Sa mga kwentong pinapantasya at ang realidad ng pag-ibig
Ngayon ko lang napagtanto na hindi pala lahat saya ang nananaig
May kalungkutan na kasama at mga bagay na di mo mapipilit
At madalas sa huling istorya may maiiwan at mang-iiwan ng pilit

Masakit man isipin pero bakit iba-iba ang ending
Gayong pareho naman ang kwentong aming binasa o isinalin-salin
Masasabi ko bang hindi nila isinabuhay ang mga aral at nagpadaig
Sa ingay ng mundo at sa mga kahon o kategoryang nagpapakumplikado sa relasyon?

Pero iba-iba man ang kinahinatnan ay may mga puso paring susubok na mahanap ang nararapat na happy ending

L.D.R.
(Long Distance Relationship)

Oo alam ko pag-ibig na ang pinakamahiwaga sa mundo
Pero para sa akin, ito ay minsan kalbaryo
Dahil dito sa ibang ibayo, ang hirap isipin
Na ang milya-milyang layo ay sapat na
Para isiping TAYO

PA? mahal kita pero ang daming pero at
Bakit nangyari pa?
Pwede naman kasi sa iba ko binaling
Ang damdaming minsan ko lang angkinin
Pero kahit gaano ko man ibaling sa iba
Ay sayo parin nakatanim
Ang sigla at saya
Ang pag-asa at umaga
Sisikat ang bukas kasama ka

Sandali...
Pero ang mga ngiti ay huhupa
Sa tuwing babalik ang ingay ng kalsada
Sa mga kalyeng ni minsan di natin nilakad ng masaya
Alaala, mga pangakong bitin malamig pa sa niyebe na dumadampi sa akin

Maninilbihan sa mga taong walang alam sa aking kinikimkim
Sasarilinin ko na naman ang pag-ibig na pilit kong inaaming

Mali pero tama, di ko na alam mahirap
Wala na ba akong magagawa?
Kundi hayaan nalang kusa
Pagharian ng pangarap at pamilyang naghahangad
Ang pag-ibig na ito na maaring mawala

Napakasarap isipin
Na kung ang oras at lugar nati'y isasalin
Ang mga nawalang pagkakataon
Na dapat ay pagyamanin
Pero sa tuwing ako'y titingin sa papawirin
Mukha mo ang nakikita ko
Bumubulong sa akin
Nandito ako, di naman talaga tayo magkalayo

Pinikit ko aking mga mata
Luha'y di napigilan lumawa
Napahawak sa aking dibdib
At unti-unting nasambit
Tama ka wala naman talagang malayo sa tunay na mga pusong nagmamahal at nagpaparaya

Torpe

Ang sabi nila torpe daw ako
Dahil wala pa akong syotang naloko
Ang simpleng postura at pananalita ko
Daig pa ang grade 6 kung humugot ay panalo

Di ko naman kinakahiya na maliit din ako
May pitong tagyawat rin na di pa nagreretiro
Ngipi'y naninilaw na sa kakasipilyo
Sabayan mo pa ng lakad ala-Quasimodo

Minsan napapaisip ako
Ilan ba kaming torpe sa mundo
Katulad ko ba silang hindi sumusuko
Makita ang busilak na pag-ibig at totoo?

Ang hirap maging pangit
Pero malungkot ang hindi umibig
Ang hirap maging torpe
Pero malungkot mabakante
Habambuhay nalang bang takot dumiskarte?

Sandali, preno muna tayo sa paghusga
Hindi ko tinatanggap kapalaran ng iba
Torpe man ako sa paningin nila

Pero sinisigurado kong mamamatay akong dilat sa ligaya

Sana ay dumating na o mahanap ko na siya
Ang magmamahal sa torpeng iniiwasan nila
Araw-araw na gigising na may ngiti sa mata
Pangit parin pero di na nag-iisa

Unang Halik

Isang araw ay sinundo ko si Eli
Kumain kami sa labas at namasyal sa dati
Dalawang oras na naglakad ng may ngiti sa labi
Masayang samahan na di mababali

Subalit ang bilis ng mga pangyayari
Hindi ko na napigilan sa aming pag-uwi
Ang mga labi nami'y dahan-dahang dumampi
Yumakap siyang mahigpit
Mga pagod na katawan nami'y uminit
Buti nalang ang sasakyan ay tumirik sa bakanteng lote na tahimik

Tama sila na may kuryente
Namumula mga pisngi sa sayaw ng mga labi
Ramdam mo ang kaba sa aming dibdib
Hinahabol ang hininga, napahiga na rin sa gilid

Maririnig ang mga nag-uunahang tibok at tagaktak ng pawis
Ngayon ko lang nadama ang makinis niyang kutis

Ngunit bigla akong huminto nang makaramdam ng panggigigil

Eto pala ang sinasabi nilang baka di ko mapigil
Ang nag-aapoy na damdamin na maaaring pagsisihan
Baka tumirik ang aming buhay sa pasyang di na pinag-
isipan
At malugmok pa sa kasalanang di namamalayan

Natapos ang halik, respeto ay nanaig
Mahirap magmadali at magbaka sakali
Ayokong paasahin siya na alam ko lagi
Dahil tanging alam ko pa lang ay may gatas pa kami sa
labi

Mensahe Ko Sayo Anak

Anak
Huwag kang masyadong magalaw
Inuukit ko ang iyong mga ngiti at inosenteng galaw
Dahil baka sa bilis ng panahon maiwan nalang sa akin
ang isang malungkot na balintataw
Nagtatanong, nag-iisip bakit nag-iba kana
Nawala na ang kamumusan
Iba na sa alaalang aming naranasan

Anak
Lumapit ka sa akin
Lapit pa dahil gusto kong maamoy ang iyong
simpleng samyo
Habang hindi pa kinokomplika ng impluwensiya ng
barkada o ang katamarang magbago
Huwag mong hayaan maabuso ka ng bisyo
At mapariwara ang buhay mo dala ng sunudsunuran
lamang na pagtango

Anak
Ano kasi ung paborito mong kantang pambata?
Kantahin mo nga kahit di ka pa ganun katatas
magsalita
Nais kong marinig ang iyong munting tinig bago ka pa

sumabay sa mga maingay na musika
O matutong humusga gamit mga salitang malansa at burara

Anak
Eto ang piso ihulog mo sa iyong alkansiya
Tandaan mong mag-impok lagi at di mahulog
Sa mga walang kwentang bagay at aksaya
Huwag mong kalimutan mag-ipon ng mga makabuluhang relasyon
Dahil iyon ang mahalaga at hindi panandaliang atensiyon

Anak
Huwag mo sanang kalimutan bakit kita hinahayaang maghugas ng pinggan
O magwalis sa bahay at iayos ang iyong mga laruan
Hindi para utusan kalang kung hindi iyong makabisa at malaman
Handa sa anumang responsibilidad at mga pangarap mo sa hinaharap ay makamtan

Anak lagi mo sanang tandaan na mahal na mahal ka namin
Huwag mong kalimutan itong aming mga hiling
Hangad namin lagi ang iyong kabutihan at tagumpay sa buhay na pipiliin
Higit sa lahat huwag kang makalimot sa Diyos na lumikha sa atin

Dalangin Ng Ina

Anak
Pasensiya kana na lumaki kang walang ama
Malayo rin ako at nanay na turing mo kay lola
Sa mahabang panahon, mga nawalang pagkakataon
Sana ay mapatawad mo ako at pagyamanin natin ang ngayon

Anak
Kamusta na ang iyong pag-aaral?
Di man kita nasasamahan, alam ko puro ako pangaral
Mabilis akong mapuno at madalas ka naman magtampo
Pasensiya na
Wala na nga ako, tinutulak pa kita palayo

Anak
Napapanaginipan mo ba ako?
Hinahanap mo ba mga yakap at halik ko?
Dito kasi sa aking trabaho minsan niyayakap ko inaalagaan ko
Pero alam mo, sa puso at isip ko iyon ay tavo

Anak
Dalaga kana, ang bilis mo naman lumaki

May pag-ibig na ba na pwede mong masabi?
Hindi ako magpupumilit pero makikinig ako lagi
Pasensiya na kung madalas ang oras ko ay matipid at hati

Anak
Di ko inaasahan na maiintindihan mo ako
Pero sana lagi mong tandaan na nandito lang ako
Malayo man pero malapit ka lagi sa diwa ko
Darating din ang araw na di na tayo magkakalayo

Unang Tingin

Nung una kitang masilayan
Inaamin ko naduling ako sa iyong kagandahan
Bigla kong nakita ang kinabukasan
Na di nasilip ni Nostradamus sa aking kapalaran

Matagal na kasi akong nahihilo
Sa kakahanap ng mapagbibigyan ko
Nang pag-ibig na di man perpekto pero totoo

May iilang namataan na possibleng pagpilian
Meron din napapadaan, humihinto panandalian
Hay, pero sa mga oras na ito sigurado ako ikaw na ang destinasyon ko
Wala ng pero pero, wala akong pakialam sa nakaraan mo
Dahil sigurado ako tikom na mga duda ko
na sa lahat ng bukas ay TAYO

Pero sandali baka may magalit
Ayokong may sabit
Magsisi at masabi sa huli na "ba't pa kasi nagpumilit"
Kaya siguro di na ako hihirit na magtanong na "may nobyo ka ba?"
Teka, masyado na yatang sobra pero bakit nga ba nandito ka?

Oo nga pala interbyu mo para sa trabaho
At hindi para sa tumitibok kong puso at isip na
Umaasang ikaw na nga ang hinihintay ko

Kaya pinakawalan ko na ang takot
Di bale na kung madurog
Kahit ang pagbabaka sakali ay mausog
Kaya eto na pasasabugin ko na ang pangamba

Subukan muling umibig kahit walang mapala
Kaya lang natigilan ako nung ngumiti ka bigla
Mga nakakatunaw na titig ng isang prinsesa
Napipi tuloy ang mga salitang umaasa

Siyanga pala bukas nandito ka pa
Mararamdaman at itutuloy muli itong pagsinta
Kahit di pa naman sigurado makuha mo ang trabaho
Para sa akin pasado at kasado ka na sa puso ko

Talambuhay

Sa 7.8 bilyon na tao sa mundo
May pinipili talaga ang Diyos para ati'y makatagpo
Sa una maiisip natin na ito ay magulo
Parang malawak na palaisipang binubuno
O isang paglalakbay ng pagtanto

Kung sino at saan ay walang nakakaalam
Kung kailan ay walang kasiguraduhan
At bawat laman ng nakaraan at kasalukuyan ay may nakatalang kahulugan
Parang mga tala sa kalangitan di mabilang kung ilan
Pero bawat isa ay sinisindian ang ating langit
Hindi man pare-pareho ang liwanag na taglay sigurado ang bawat isa ay may alay

May mga talang magpapaligaya at magpapaluha
Mananakit at magpapatapang sa atin bigla
Magtuturo na mangarap at meron naman maghihila pababa
May mga talang magmamahal at magpapawalang bahala
Pero lahat ng mga ito ay mga tala, sa langit ng ating buhay

Wag sana lagi tayong nakatungo sa baba
Sa paghahanap ng tamang sagot kung bakit may
konting liwanag at dilim sa lupa
Bagkus tayo ay laging tumingala dahil nandoon ang
tunay na liwanag
Iba-iba man ang laki at ganda ng mga ito
pero lahat sila ay may dahilan sa
TALAmbuhay natin sa mundo

Ang bawat isa ay may liwanag,
Hanapin lang natin lagi ito

Toksik

Paano kung sa aking paggising ay wala na ang mga dahilan
Ipagpatuloy ang buhay kasama kang nagsasagwan
Sa dagat ng mga pangarap at mga pangakong niyakap ko't pinanghawakan
Ngayon ay sumasabay sa natutuyong damdamin na nais ko ng takasan

Paano kung sa aking pagtayo ay wala na ang lakas
Ipaglaban ang pag-ibig na akala kong wala ng wakas
Pinipilit kong umpisahan muli, buuin mga alaalang pinaalpas
Subalit winawasak mo ang kasalukuyang sa mga nakaraang tumagas

Sapat na siguro ang pagtangis sa lahat ng pagmamalabis
Di ko lubos maisip na ang mga inipong pulot ay mawawalan din ng tamis
Ang mga pininta nating ngiti sa langit na walang kawangis
Ay napalitan ng galit at sakit na di ko na kayang matiis

Kaya paalam na sa pagmamahal na toksik

Ayokong pilitang maniwala na maaayos ang lahat sa isang halik
Sa isang panunuyo na magpapalambot sa aking tindig
Hindi na magbabago ang aking isip handa na rin ang puso kong umibig

Pag-Ibig Sa Giyera

Mahal baunin mo itong mga masasayang alaala
Sa ating mga paglalakbay na maaring di na maalala pa
Ang gulo ng mundo na sumusubok sa ating mga pangako
Hintayin mo ang ating pagtatagpo sa bukas o sa kabilang ibayo

Huwag mo akong isipin at Okey lang ako
Hindi ako natatakot sumuong sa panganib kahit kamatayan ang hatol ng tao
Dahil alam kong binuhos ko sa araw-araw ang pagmamahal na tatagos sa kasalukuyang nakagapos
Habang sayo lang ako mamamahinga at pipiliing mapaos

Ang mga katagang Mahal Kita, Mahal na Mahal kita
Huwag mo sanang kalimutang ipikit ang iyong mga mata sa tuwing nilalamon ka ng takot at pangamba
Magbabad ka sa ating mga alaala, damhin mo ang mga salitang binubulong ko sa giyera
Ikaw ang tanging dahilan para ako'y lumaban at mabuhay pa

Sabayan mo ang aking mga dalangin kay Bathala
Na bigyan pa tayo ng bukas, tuparin ang itinadhana

Ikaw at ako magtatagpo sa isang bukang-liwayway na payapa
Pag-ibig ang nanaig at sa pag-ibig lang magpapaubaya

Gunita

Madalas akong nawawala sa aking mga gunita
Pilit pinapatahan mga maling salita
Nilalagyan ng ngiti mga alaalang ika'y humikbi
Gusto kong itama mga piniling pagkakamali

Oo nilamon ako ng aking kamusmusan
Ang pag-ibig sa sarili ay sumabay sa dikta ng
karamihan
Ang lakas ng loob na ipaglaban ang ating pag-iibigan
Ay natapos sa pananahimik na habang-buhay
alingawngaw sa isipan

At sa puso kong matagal ng tiwangwang
Walang sinuman ang hinayaang manahan
Mas pinili ko itong dumugo hanggang sa mawalan ng
kulay at kahulugan
Dahil iyon naman ang nararapat sa katulad kong
duwag sa katotohanan

Maibabalik ko pa ba ang minsan na minsan lang?
Magbabalik ka pa ba sa akin sa bukas na matagal ng
bukas?
Naghihintay nakahimlay sa mga pangarap na sayo lang
inalay at iaalay
Sana umayon ang lahat sa iyong kasalukuyan
habang kay Bathala'y patuloy na magpapaalam

Na sana makasama ka pang muli sa isang sandali
Sa isang saglit masabi mga salitang kinimkim at isinantabi
"Mahal, patawad sa lahat ng aking pagkakamali, sayo lang ako magpapatuloy at mananatili"
Hindi mo kailangang sabihin mga salitang nais kong marinig
Ang iyong pakikinig ay sapat na sa puso kong balisa at sa damdaming hindi matahimik

Pebrero Katorse

Pebrero, hindi ko paboritong buwan ng taon
Dahil bukod sa pula ang kulay ng mundo
Marami akong gustong ipabago
Bakit kailangan gumastos ng sobra ang tao
Para sa isang araw na pagbabago
Mahal kita at may bulaklak pa
Mga tsokolate na iba-iba ang hulma
May puso, rosas at bilog na may surpresa
Mapapangiti ang dalaga parang isang taon na walang problema

Ako ay may problema dahil walang ni isa ang naglabas ng pera
Ang sumugal sa tulad kong matagal ng nag-iisa
Dapat ba akong pagtipiran ng pagmamahal at walang tsokolate ni isa?
Kaya di ako masaya pag pebrero na
Dahil sila na may kasama lang ang natutuwa
Sila na may ngiti sa mata habang nakayakap sa mga rosas
Sila na kinikilig habang binabasa ang mga matalinhangang letra
Sila na di naman ganun kagandahan ay parang espesyal pa sa reyna ang korona

Oo na nagseselos na ako dahil kahit isang araw lang ito
Walang nagtangkang maalala ako
Walang naglakas ng loob na sabihin na maganda ako
o karapat-dapat akong suyuin para sa matamis na OO
Oo na masentimyento ako o
May problema ba ako? O maarte lang sila
Para sa katulad kong wala ng pag-asa
Ang pebrero ay naging problema ko na
Na tanging si kupido nalang ang dapat humusga
Pero kung merong may isa na magbabaka sakali na sa akin ay magtapat ng pagsinta
Ibibigay ko ang buong taon, ang buong mundo ko at magpakailanman, higit pa sa pebrero katorse na sinasamba nila

Hiraya Manawari

Panahon lang ang makakapagsabi
Kung may silbi pa itong aking isinantabi
Pag-ibig na sayo lang nanatili at uuwi
Dumadalangin lagi ng hiraya manawari

Para akong ulan na naghihintay sa aking bahaghari
Ikaw na magpapalaya sa aking mga hikbi
Ang puputol sa lahat ng pagkukunwari
Na okey lang ako kahit hindi sa bawat sandali

Madalas akong bisitahin ng aking nag-iisang
pagkakamali
Nais ko itong itama para magsimulang muli
Kahit alam kong imposible na itong mangyari
Dahil ikaw ay may sarili ng tinatangi

Baka sakali o baka naman
Ito ang lagi kong binubulong sa kalangitan
Bigyan pa sana ako ng sandali na ikaw ay mas
pahalagahan
Walang sasayangin na minutong baguhin ang
nakaraan
Bakit kasi hindi pa ako sumugal noon
Hinayaan sana ang mga pagkakataon na hubugin ang
ngayon

Ng hindi ako naiwang malayo lagi ang tinatanaw
Habang inaabangan nalang ang buwan at mga tala sa bawat gabing mapanglaw

Ba't Di Mo Sinabi

Ba't di mo sinabi na mahal mo ako dati?
Di sana ako nawala sa paghahanap sa aking sarili
O ng nararapat na kahalili para aking masabi
Walang mali sa akin, pwede akong mahalin ng walang atubili

Handa naman akong maghintay
Haggang ikaw ay mapalagay sa agos ng buhay
Sasamahan kita sa anumang kapanganiban
May karamay ka kahit walang garantiyang masuklian

Itong aking mga pagpaparamdam
Sa puso at isip mong di makapili ng dahilan
Di ko tuloy malaman kung saan ako nabibilang
Sa simpleng pagkakaibigan, posibleng kasintahan o wala lang

Para akong dahon na sumasabay sa agos ng iyong mga pasya
O isang palamuti na di alam kung may halaga pa
Lagi kong dinadalangin kay Bathala na magkamalay kana
Binabangungot na ako sa marami kong akala

Siguro di pa panahon para umani
Sa kabila ng matagal na pagtitimpi at pananatili

Mas minahal mo kasi ang landas sa pagsasarili
Habang nakatuon ako sa iisa sana nating sarili
Marahil may mga salita talagang di na namutawi
Mga pangarap na hindi na nakamit magkatabi
Pag-ibig na hindi naramdaman o napadama
Dahil may tamang tao para sa isa't isa

*****

About the Author

Johnathan Rivera

Johnathan Rivera is a Tagalog poet and creative writer who resides in Winnipeg, Canada since 2015. His philosophy and communication background allowed him to tell poetic proses featuring the complexities and emotions about love and life. He was a former priestly aspirant of Society of St. Paul but decided to pursue an equally selfless vocation – married life. Prior to migration, he worked as senior program officer in the Philippine government's peace process which deals with grassroots program management and implementation.

Currently, the author works at Costco Wholesale and anytime he has random thoughts that tell a story, he posted them regularly on his Instagram under Mga

Tula Ni Gorio. He also keeps Tula la, a dedicated YouTube channel for his spoken poetries.

He loves drinking coffee while walking in the park with his loving wife and two daughters. Presently, he is working on his romantic novel.

www.ingramcontent.com/pod-product-compliance
Lightning Source LLC
LaVergne TN
LVHW041606070526
838199LV00052B/3007